First Picture Dictionary
Animals
முதல் பட அகராதி
விலங்குகள்

Pig
பன்றி

Rabbit
முயல்

Butterfly
வண்ணத்துப்பூச்சி

Fox
நரி

Illustrated by Anna Ivanir

www.kidkiddos.com
Copyright ©2025 by KidKiddos Books Ltd.
support@kidkiddos.com

All rights reserved. No part of this book may be reproduced in any form or by any electronic or mechanical means, including information storage and retrieval systems, without written permission from the publisher, except in the case of a reviewer, who may quote brief passages embodied in critical articles or in a review.
First edition, 2025

Translated from English by Sudarshini
ஆங்கிலத்தில் இருந்து மொழிபெயர்த்தவர் சுதர்ஷினி

Library and Archives Canada Cataloguing in Publication
First Picture Dictionary - Animals (English Tamil Bilingual edition)
ISBN: 978-1-0497-0836-2 paperback
ISBN: 978-1-0497-0837-9 hardcover
ISBN: 978-1-0497-0838-6 eBook

Wild Animals
காட்டு விலங்குகள்

Lion
சிங்கம்

Tiger
புலி

Giraffe
ஒட்டகச்சிவிங்கி

✦ *A giraffe is the tallest animal on land.*
✦ ஒட்டகச்சிவிங்கி நிலத்திலேயே மிக உயரமான விலங்கு.

Elephant
யானை

Monkey
குரங்கு

Bear
கரடி

Kangaroo
கங்காரு

Crocodile
முதலை

Camel
ஒட்டகம்

Zebra
வரிக்குதிரை

Wild Animals
காட்டு விலங்குகள்

Hippopotamus
நீர்யானை

Panda
பாண்டா

Fox
நரி

Rhino
காண்டாமிருகம்

Deer
மான்

Moose
கடமான்

Wolf
ஓநாய்

✦ *A moose is a great swimmer and can dive underwater to eat plants!*

✦ கடமான் நன்கு நீந்தவும் தாவரங்களை சாப்பிட நீருக்கடியில் மூழ்கவும் செய்யும்!

Squirrel
அணில்

Koala
கோலா

✦ *A squirrel hides nuts for winter, but sometimes forgets where it put them!*

✦ அணில் குளிர்காலத்திற்காக கொட்டைகளை ஒளித்துவைக்கிறது. ஆனால் சில நேரங்களில் அது அவற்றை எங்கு வைத்தது என்பதை மறந்துவிடுகிறது!

Gorilla
மனிதக்குரங்கு

Pets
செல்லப்பிராணிகள்

Canary
மஞ்சள்குருவி

✦ *A frog can breathe through its skin as well as its lungs!*
✦ தவளையால் அதன் தோல் மற்றும் நுரையீரல் வழியாக சுவாசிக்க முடியும்!

Guinea Pig
கினிப் பன்றி

Frog
தவளை

Hamster
வெள்ளெலி

Goldfish
தங்கமீன்

Dog
நாய்

> ✦ *Some parrots can copy words and even laugh like a human!*
> ✦ சில கிளிகள் வார்த்தைகளைத் திருப்பிசொல்லும் மற்றும் மனிதரைப் போல சிரிக்கவும் கூட செய்யும்!

Parrot
கிளி

Cat
பூனை

Animals at the Farm
பண்ணை விலங்குகள்

Cow
பசு

Chicken
கோழி

Duck
வாத்து

Sheep
செம்மறியாடு

Horse
குதிரை

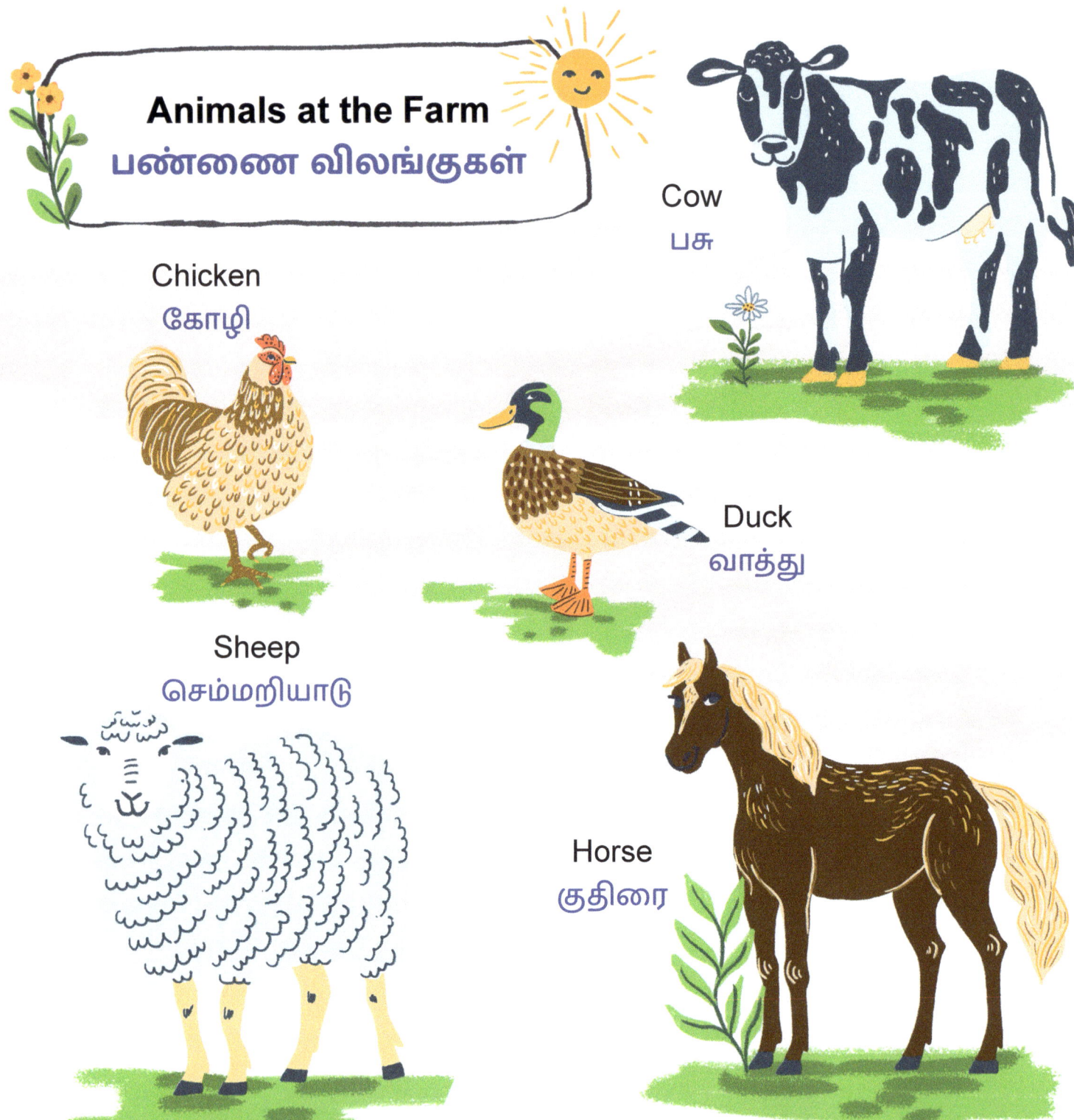

Pig
பன்றி

Rabbit
முயல்

Llama
லாமா

✦*A goat can climb steep rocks and even trees!*

✦ஆடு செங்குத்தான பாறைகளின் மீதும் மரங்களின் மீதும் கூட ஏறும்!

Goat
வெள்ளாடு

Peacock
மயில்

Turkey
வான்கோழி

Animals in Water
நீர் விலங்குகள்

Coral
பவளம்

Octopus
ஆக்டோபஸ்

Dolphin
டால்ஃபின்

✦*An octopus has three hearts and can change colors to hide!*

✦ஆக்டோபஸ் மூன்று இதயங்கள் கொண்டது மறைந்துகொள்ள தன் வண்ணங்களை மாற்றக் கூடியதும் ஆகும்!

Jellyfish
இழுது

Seahorse
கடல் குதிரை

Shark
சுறாமீன்

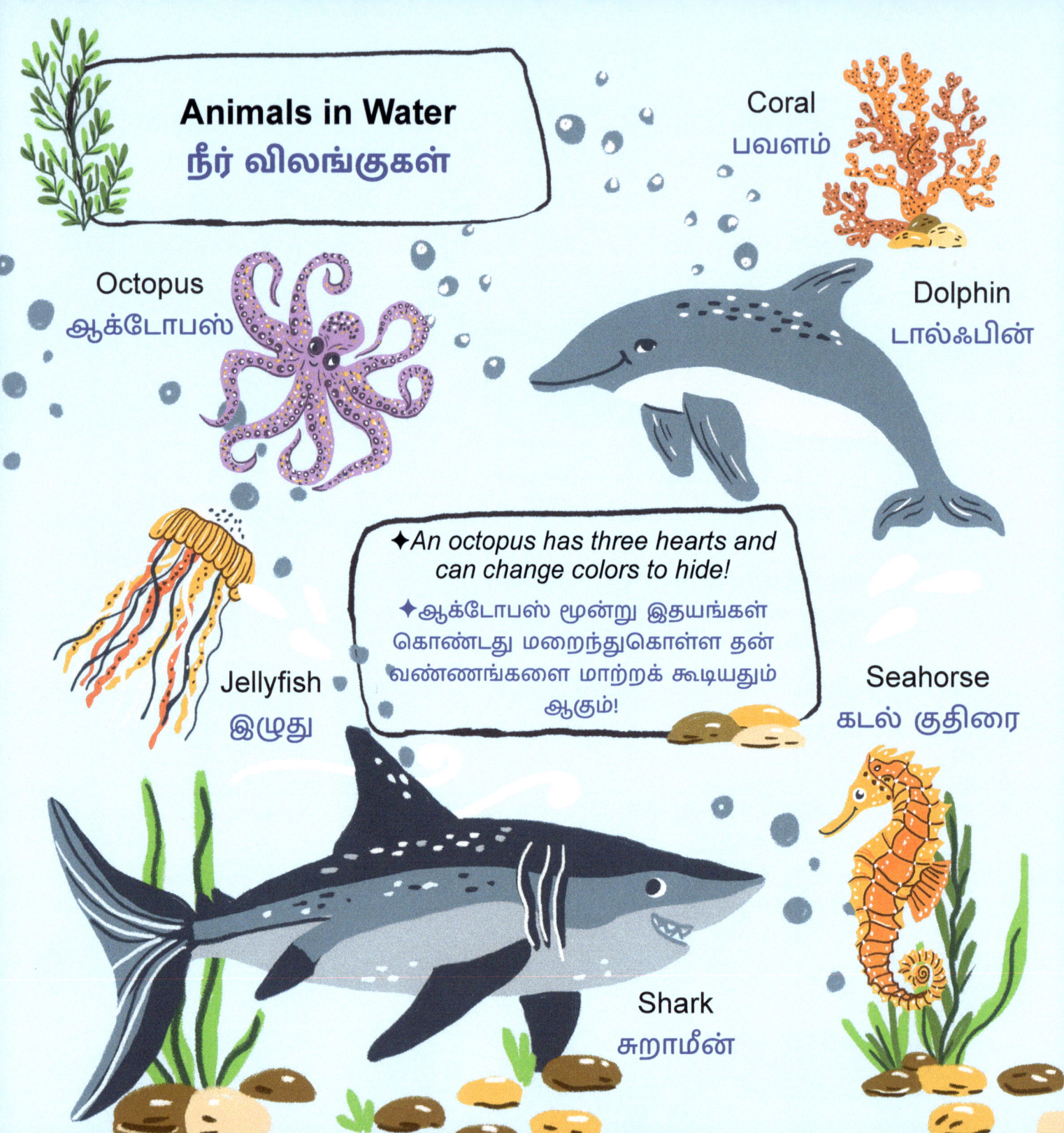

Lobster

இரால்

Walrus

வால்ரஸ்

✦A lobster has blue blood.

✦இரால் நீல இரத்தம் கொண்டது.

✦A seal can hold its breath for 30 minutes while diving underwater!

✦நீருக்குள் குதிக்கும்போது ஸீல் 30 நிமிடங்கள் மூச்சைப் பிடித்துக்கொள்ளும்!

Seal

நீர் நாய்

Crab

நண்டு

Animals in the Sky
வான் மிருகங்கள்

Woodpecker
மரங்கொத்தி

Seagull
கடற்பறவை

✦*A hawk can spot a tiny mouse from high up in the sky!*

✦பருந்து உயரத்தில் பறக்கும்போதே தரையில் உள்ள சிறிய எலியைக் கண்டுவிடும்!

Eagle
கழுகு

Pigeon
புறா

Hawk
பருந்து

Mosquito
கொசு

Dragonfly
தும்பி

✦ *A dragonfly was one of the first insects on Earth, even before dinosaurs!*
✦ டைனோசர்களுக்கு முன்பே பூமியில் முதலில் இருந்த பூச்சிகளில் தும்பி ஒன்று!

Bee
தேனீ

Butterfly
வண்ணத்துப்பூச்சி

Ladybug
கரும்புள்ளிச் செவ்வண்டு

Animals on Land
நில விலங்குகள்

Grasshopper
வெட்டுக்கிளி

Snake
பாம்பு

✦*A snake smells with its tongue instead of its nose!*

✦பாம்பு தன் மூக்கை விட நாக்கால் வாசனையை உணர்கிறது!

Anteater
எறும்புண்ணி

Caterpillar
கம்பளிப்புழு

Worm
புழு

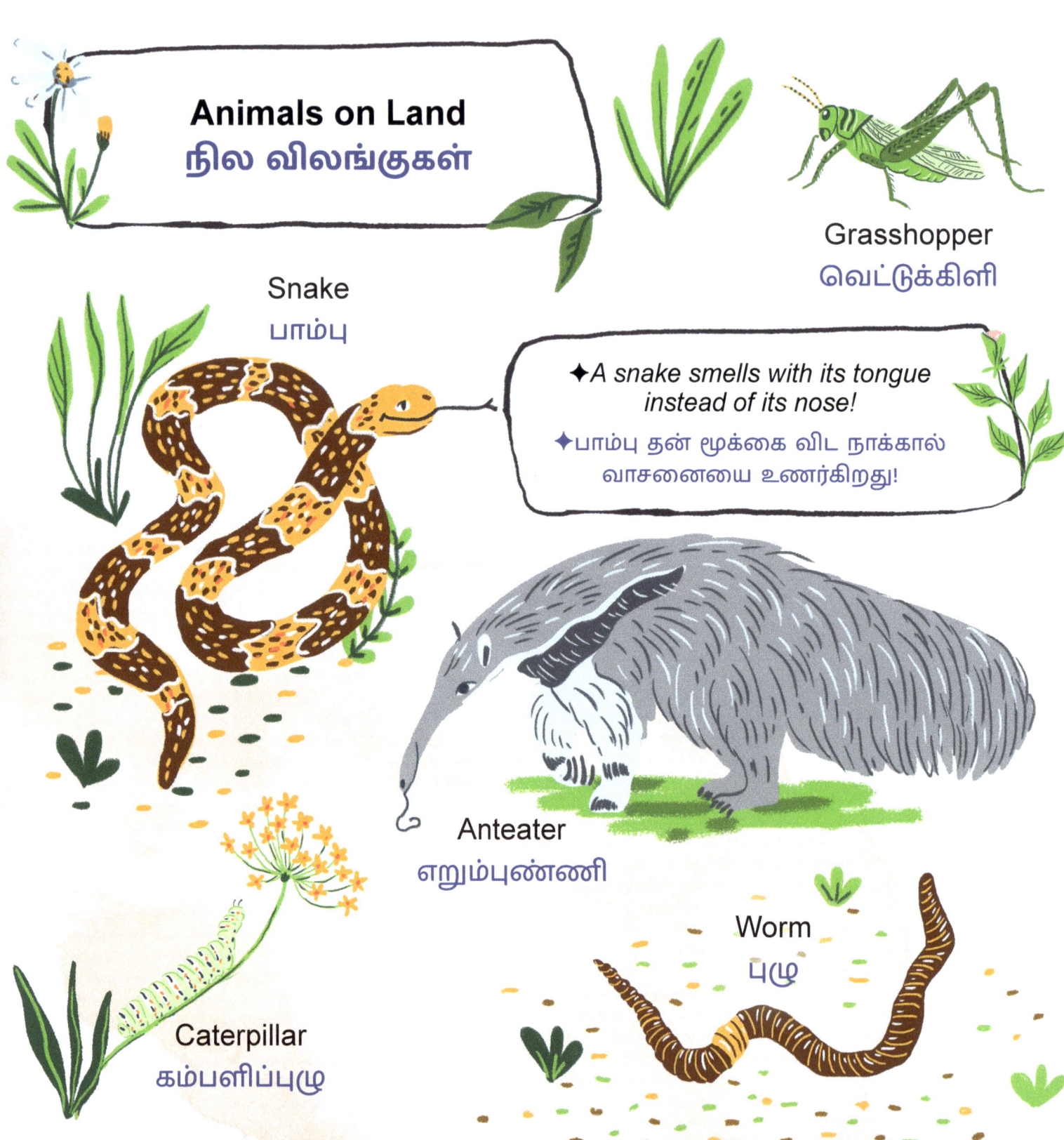

Badger

வளைக்கரடி

Porcupine

முள்ளம்பன்றி

Groundhog

வளை அணில்

✦*A lizard can grow a new tail if it loses one!*

✦பல்லி வாலை இழந்தால் ஒரு புதிய வாலை வளர்த்துக்கொள்ளும்!

Lizard

பல்லி

Ant

எறும்பு

Magical Animals
மாயாஜால விலங்குகள்

Unicorn

ஒற்றைக்கொம்புக் குதிரை

Pegasus

பறக்கும் குதிரை

Dragon

டிராகன்

Mermaid

கடற்கன்னி

Wild Cats
காட்டுப் பூனைகள்

Puma
மலைச்சிங்கம்

Lion
சிங்கம்

Cheetah
சிவிங்கிப்புலி

Lynx
சிவிங்கிப்பூனை

✦ *A cheetah is the fastest animal on land.*
✦ வேங்கைப்புலி நிலத்தின் மிக வேகமான விலங்கு.

Panther
கருஞ்சிறுத்தை

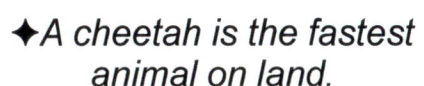

Big Animals
பெரிய விலங்குகள்

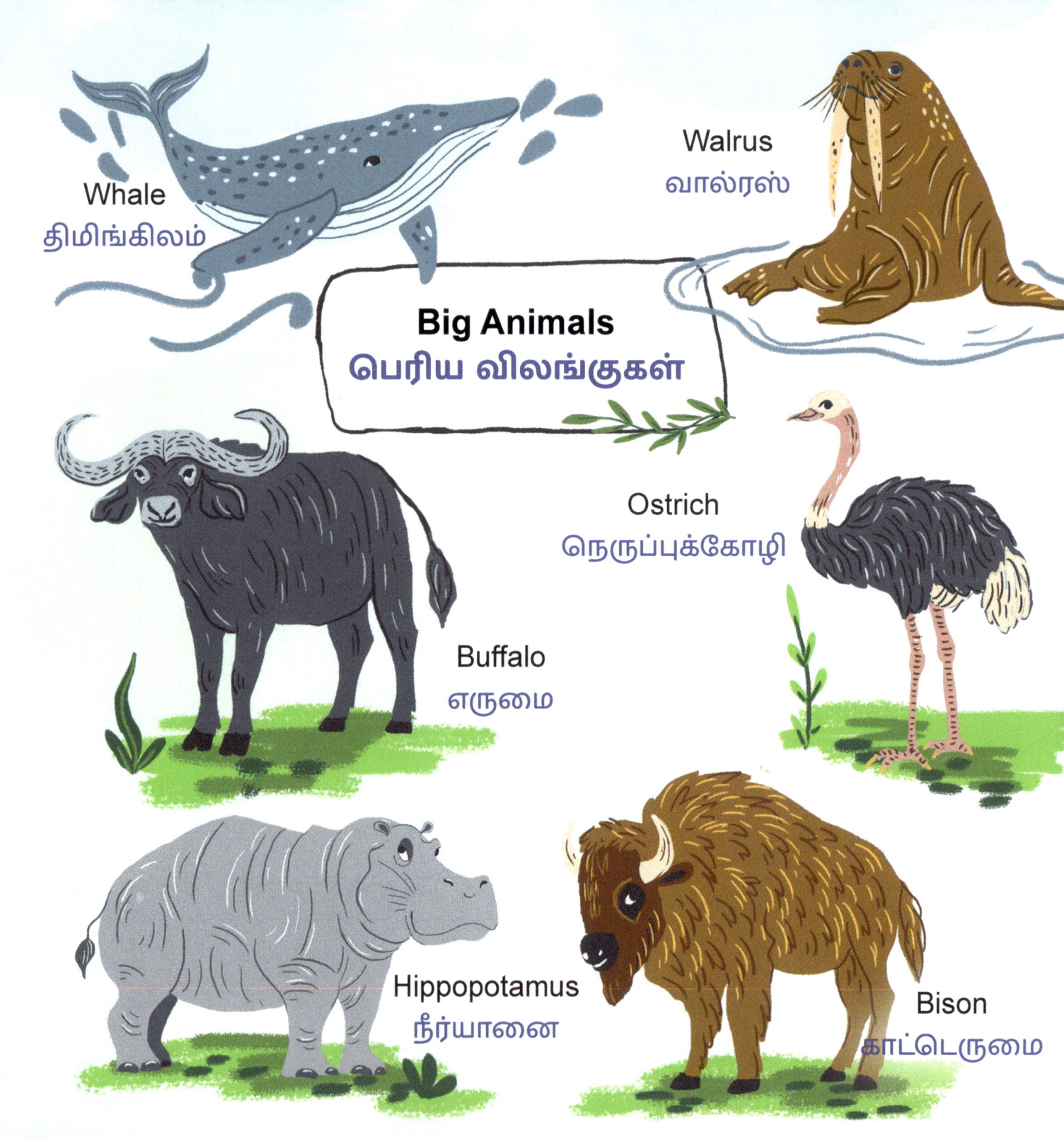

Small Animals
சிறிய விலங்குகள்

Chameleon
பச்சோந்தி

Spider
சிலந்தி

✦ *An ostrich is the biggest bird, but it cannot fly!*
✦ *தீக்கோழி மிகப்பெரிய பறவை ஆனாலும் அதனால் பறக்க முடியாது!*

Bee
தேனீ

✦ *A snail carries its home on its back and moves very slowly.*
✦ *நத்தை தனது வீட்டைத் தன் முதுகில் சுமந்து மிக மெதுவாக நகர்கிறது.*

Snail
நத்தை

Mouse
சுண்டெலி

Quiet Animals
சாதுவான விலங்குகள்

Ladybug
கரும்புள்ளிச் செவ்வண்டு

Turtle
ஆமை

✦ *A turtle can live both on land and in water.*
✦ ஆமை நிலத்திலும் நீரிலும் வாழக்கூடியது.

Fish
மீன்

Lizard
பல்லி

Loud Animals
ஒலியெழுப்பும் விலங்குகள்

Donkey
கழுதை

Rooster
சேவல்

Frog
தவளை

Wolf
ஓநாய்

Hyena
கழுதைப்புலி

Polar Animals
பனி விலங்குகள்

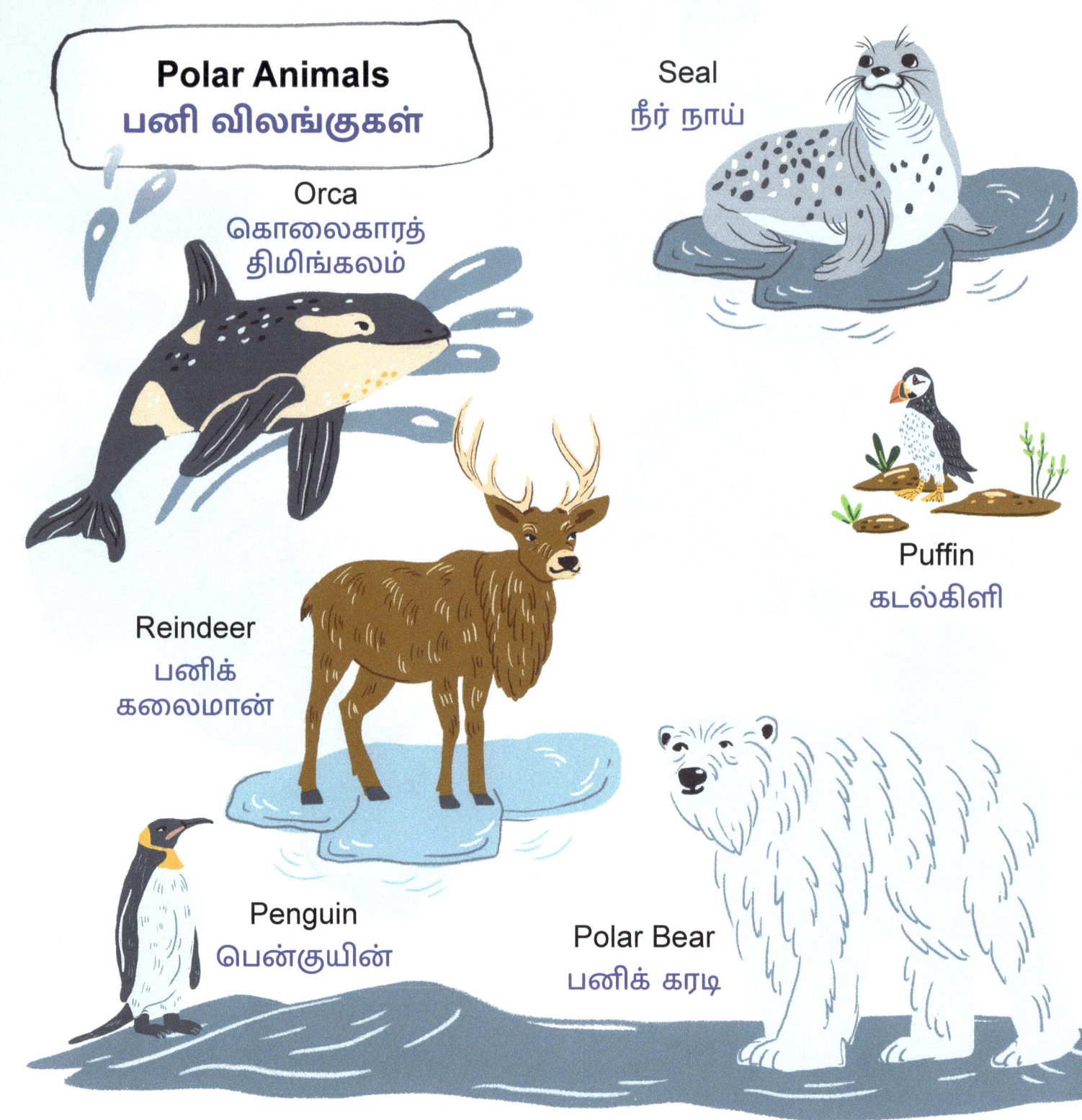

Orangutan
வாலில்லாக்குரங்கு

Panther
கருஞ்சிறுத்தை

Toucan
டூகோன்

Gorilla
மனிதக்குரங்கு

Iguana
உடும்பு

Jungle Animals
காட்டு விலங்குகள்

Anaconda
மலைப்பாம்பு

Sloth
ஸ்லோத்

Nighttime Animals
இரவுநேர விலங்குகள்

Firefly
மின்மினிப்பூச்சி

Badger
வளைக்கரடி

Kiwi Bird
கிவி பறவை

Leopard
சிறுத்தைப்புலி

Hedgehog
முள்ளம்பன்றி

Owl
ஆந்தை

Bat
வெளவால்

✦ An owl hunts at night and uses its hearing to find food!
✦ ஆந்தை இரவில் வேட்டையாடி உணவைக் கண்டுபிடிக்க அதன் செவிப்புலனைப் பயன்படுத்தும்!

✦ A firefly glows at night to find other fireflies.
✦ மின்மினிப் பூச்சி மற்ற மின்மினிப்பூச்சிகளைக் கண்டுபிடிக்க இரவில் ஒளிரும்.

Raccoon
ரக்கூன்

Tarantula
பெரியசிலந்தி

Colorful Animals
வண்ணமயமான விலங்குகள்

A flamingo is pink

ஃபிளமிங்கோ இளஞ்சிவப்பு நிறமானது

An owl is brown

ஆந்தை பழுப்பு நிறமானது

A swan is white

அன்னம் வெள்ளை நிறமானது

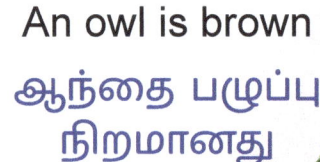

An octopus is purple

ஆக்டோபஸ் நாவல்பழ நிறமானது

A frog is green

தவளை பச்சை நிறமானது

✦ A frog is green, so it can hide among the leaves.
✦ தவளை பச்சை நிறமாக இருக்கிறது என்பதால் அது இலைகளுக்கு இடையில் மறைந்துகொள்ள முடியும்.

A polar bear is white

பனிக்கரடியின்
நிறம்
வெள்ளை

A fox is orange

நரியின் நிறம் ஆரஞ்சு

A koala is grey

கோலாவின் நிறம்
சாம்பல் நிறம்

A panther is black

கருஞ்சிறுத்தையின்
நிறம் கருப்பு

A chick is yellow

கோழிக்குஞ்சின்
நிறம் மஞ்சள்

Animals and Their Babies
விலங்குகளும் அவற்றின் குட்டிகளும்

Cow and Calf
பசு மற்றும் கன்று

Cat and Kitten
பூனை மற்றும் பூனைக்குட்டி

✦ *A chick talks to its mother even before it hatches.*

✦ குஞ்சு தான் பொரிவதற்கு முன்பே தன் தாயுடன் பேசுகிறது.

Chicken and Chick
கோழி மற்றும் கோழிக்குஞ்சு

Dog and Puppy
நாய் மற்றும் நாய்க்குட்டி

Butterfly and Caterpillar

பட்டாம்பூச்சி மற்றும் கம்பளிப்புழு

Sheep and Lamb

செம்மறி ஆடு மற்றும் செம்மறி ஆட்டுக்குட்டி

Horse and Foal

குதிரை மற்றும் குதிரைக்குட்டி

Pig and Piglet

பன்றி மற்றும் பன்றிக்குட்டி

Goat and Kid

வெள்ளாடு மற்றும் வெள்ளாட்டுக்குட்டி

www.ingramcontent.com/pod-product-compliance
Lightning Source LLC
LaVergne TN
LVHW072059060526
838200LV00061B/4772